అత్తలూరి రామకృష్ణ

(Manju Krishna's)

ఫాన్సీ నంబర్

D9900325

BlueRose ONE.com
Stories Matter

© **Attaluri Ramakrishna (Manju Krishna) 2023**

All rights reserved

All rights reserved by author. No part of this publication may be reproduced, stored in a retrieval system or transmitted in any form or by any means, electronic, mechanical, photocopying, recording or otherwise, without the prior permission of the author.

Although every precaution has been taken to verify the accuracy of the information contained herein, the author and publisher assume no responsibility for any errors or omissions. No liability is assumed for damages that may result from the use of information contained within.

First Published in May 2023

ISBN: 978-93-5741-706-8

BLUEROSE PUBLISHERS

www.BlueRoseONE.com
info@bluerosepublishers.com
+91 8882 898 898

Cover Design:
Muskan Sachdeva

Typographic Design:
Pooja Sharma

Distributed by: BlueRose, Amazon, Flipkart

రచయిత గురుంచి

ఆదిలాబాద్ జిల్లా మందమర్రి. సింగరేణి సిరుల ఖిల్లా ప్రస్తుత మంచిర్యాల జిల్లా నా జన్మస్థలం. టెన్త్ క్లాస్ వరకు మందమర్రి కార్మెల్ హైస్కూల్లో. ఇంటర్ కొత్తగూడెం జిల్లా పాల్వంచ, డిగ్రీ మంచిర్యాల గవర్నమెంట్ డిగ్రీ కాలేజీ..

సింగరేణి తల్లి ఒడిలో సాధారణ కార్మికుడిగా మరియు సర్వేయర్ గా దాదాపు 25 సంవత్సరాల ప్రస్థానం.

ప్రస్తుతం వృత్తిరీత్యా కిర్గిస్తాన్ అనే దేశంలో ఒక వైద్య కళాశాలలో ఉన్నా.....

మంజు కృష్ణ పేరుతో చాలా కాలం క్రితం నా కవితల్లో కొన్ని ఆంధ్రభూమిలాంటి వార పత్రికల్లో అచ్చయ్యాయి.

అలా అని నేను గొప్ప రచయిత నేమీ కాదు ఏదో మనసు స్పందించినప్పుడు కొద్దిగా ప్రయత్నిస్తాను. బాధ్యతలు బద్ధకము నా ఆలోచనలు అక్షరీకరణ చేయడానికి అలసత్వం. అర్థం కాని భాష వాడుతావని మిత్రుల నిష్ఠూరం.

కధ రాయాలి అని నా చాలా రోజుల కల ఈ విధంగా సహకారం చేసుకుంటున్నా. పుస్తక పఠనం అనే ప్రక్రియ పూర్తిగా అదృశ్యమైన ఈ రోజుల్లో నా కలం కదిలించడం నా తృప్తి కోసమే.

నా రచనలకు మొదటి పాఠకురాలు నా ప్రియమణి మంజుల,నా ఆత్మబంధువు విశ్వ జ్యోతి,ప్రియ మిత్రుడు వినయ సాగర్, నా చెల్లి ఆండాళ్ దేవి, నా కూతురు వర్షా చౌదరి మరియు అల్లుడు సూర్య అందరి ప్రోత్సాహంతో మొదలైన ఈ ప్రయాణం ఇంకా కొంతమంది సాహితీ మిత్రులను నాకు జత కలుపుతుందని ఆశతో..

ఇట్లు

మీ మంజుకృష్ణ

ఫాన్సీ నంబర్

సంజయ్ బుల్లెట్ ఢ్డుఢ్డుఢ్ అంటు పరుగు పెడుతోంది... చల్లటి గాలిలో రైడింగ్ ఎంజాయ్ చేస్తూ తన ప్రింటింగ్ ప్రెస్‌లో పెండింగ్ పనులు, ఇంకా బిజినెస్ అభివృద్ధి కోసం కొత్తగా ఏం చేయాలి అన్న తన ఆలోచనలకు బ్రేక్ వేస్తూ ఫోన్ వైబ్రేట్ అయింది ...కొత్త ఫోన్.. కొద్దిసేపటి క్రితమే ఫోన్లో వేసిన తనకు ఇష్టమైన ఫాన్సీ నెంబెర్‌కి మొదటి కాల్ అదే. .!

ఎవరు అని బైక్ సైడ్‌కి ఆపి, ఒకింత ఉల్లాసం కూసింత పొగరుతో సెల్ఫ్ లవర్‌లా.. యాహు కొత్త ఐ ఫోనూ ఫ్యాన్సీ నెంబరూ అనుకుంటూ కాల్ లిఫ్ట్ చేయగానే.. "హాయ్ హలో" అని అమ్మాయి స్వరం వినపడింది. మంచి బోణీ,యబ్బా చెవి నుండి గుండెకు తేనె ధార జారిన అనుభూతి...బైక్ ఇంజన్ ఆఫ్ చేసి ఆత్రం కొద్దిగా ఆపుకొంటూ "హాయ్ అండీ ఎవరు" అని అడిగాడు. "శ్రీ, ఏమయింది నీకు, మూడు నెలలయింది నువ్వు మాట్లాడి..! ఎందుకిలా నన్ను తప్పించుకోవాలని చూస్తున్నావ్" గల గలా జారుతున్న ఆ వాక్ప్రవాహం ఆగేలా లేకపోవడంతో "హలో హలో మామ్ కొద్దిగా ఆగండి ప్లీజ్..." టక్ మని ఆ అమృత ధార ఆగింది "మామ్ నేను సంజయ్,మీ శ్రీ కాదు రాంగ్ నెంబర్" అంటు నిరుత్సాహంగా ఫోన్ కట్ చేసి..వావ్ ఆ గొంతు ఎంత హాయిగా ఉంది అనుకుంటూ బైక్ స్టార్ట్ బటన్ నొక్కేలోపే మళ్లీ ఫోన్ రింగ్ అయింది...చూస్తే...మళ్లీ అదే నెంబర్...హలో అనేలోపే "మీకు ఈ నెంబర్ ఎలా వచ్చింది చెప్పండి ప్లీజ్ ఇది నా ఫ్రెండ్ శ్రీనేష్‌ది..నాకు వెల్ నోటెడ్..రాంగ్ నెంబర్ అయ్యే ప్రసక్తే లేదు.అతనితో అర్జెంట్‌గా మాట్లాడాలి..ప్లీజ్" వేదన నిండిన అభ్యర్థన వినిపించింది.. "నేను ఈ రోజే తీసుకున్నా ...ఈ నెంబర్ నచ్చి..మీదే మొదటి కాల్ అండీ...మీ శ్రీ ఎవరో నాకు తెలియదు..." అన్నాడు సంజయ్ "ఎలా మరి? నాకో హెల్ప్ అండీ నాకు ఈ నంబర్ ఇవ్వగలరా ప్లీజ్..మీరు కొన్న దానికంటే ఎక్కువ పే చేస్తా.." స్వరంలో దైన్యం..!

ఒక్క క్షణం అయోమయం....లీలగా ఏదో ఆకృతి లేని పథకం..."ఏం చేస్తారు నెంబరు తీసుకొని... నేను ఎంతో ఇష్టపడి

ఎక్కువ పే చేసి తీసుకున్నా...మీకు ఎలా ఇవ్వగలను, సారీ..." అని కఠినంగా కాకుండా ఖచ్చితమైన జవాబు ఇచ్చాడు... బలవంతంగా ఏడుపు ఆపుకుంటూ "మీరు చెప్పిందీ నిజమే నేను అలా అడగకూడదు సారీ అండీ..మిమ్మల్ని ఇబ్బంది పెట్టా..బాయ్..." ట్ట్..క్క్..! మనసదిరి పోయేంత శబ్దం...నిశ్శబ్దం.. ఆవహిస్తున్న నీరసాన్ని కసురుకొంటూ బైక్ కీ పై చేయి వేసేలోగానే ఫోన్ రింగ్ ఈ సారి ఎవరో ? విసుగ్గానే మళ్లీ చూస్తే అదే నెంబర్ ఆనందం దాచేస్తూ అయిష్టం నటిస్తూ "ఆ చెప్పండి మేడం..." అన్నాడు "ఒక చిన్న సాయం ప్లీజ్ ఈ నెంబర్ మిస్ చేసుకున్న నా శ్రీ కానీ, శ్రీ కోసం ఎవరయినా కాల్ కానీ చేస్తే నాకు చెప్పగలరా... కలిసి కనుక్కోడానికి ఉపయోగమవుతుంది.." అనగానే ఒకింత చనువుతో "ఓహ్ ష్యూర్ మామ్ మీ పేరు చెప్పండి సేవ్ చేసుకొని ఎవరయినా టచ్‌లోకి వస్తే చెప్తా" అన్నాడు "థాక్యూ సంజయ్. నేను దీప మీ కాల్ కోసం ఎదురు చూస్తూంటా..బాయ్ మరి" అని ఫోన్ కట్ అయింది. అనాకృత పథకం కొద్దిగా మసక వీడింది... బుల్లెట్ రయ్యీ అంటు ప్రింటింగ్ ప్రెస్ వైపు దూకింది... సంజయ్ పెదవులు హమ్ చేస్తున్నాయ్..." మేఘాలలో తేలి పొమ్మన్నదీ... తూఫానులా సాగిపొమ్మన్నదీ.." అంటు కొనసాగింది ఆ ప్రయాణం.

పనిలో లీనమయినా దీప గొంతు వెంటాడుతోనే వుంది... రెండు రోజులు గడిచాయ్.. కొద్దిగా ఆ గొంతు గాయం మానే సమయంలో మరో ఫోన్..."హేయ్ నేను నిషా" అంటు మరో అమ్మాయి "హాయ్ అండీ ఎవరు కావాలి మీకు" "శ్రీనేష్ కావాలి ఫోన్ ఇవ్వండి...! అసలు మీరెవరు ? ఈ ఫోన్ మీదగ్గర ఎందుకుంది?" దబాయింపు నిండిన ఆ వాయిస్ నచ్చలే అయినా.. దీపకు ఇచ్చిన మాట గుర్తొచ్చి దీప విషయం దాచి "నెంబరు ఫ్యాన్సీగా వుందని ఎక్కువ డబ్బులిచ్చి కొత్తగా తీసుకున్నా" అని చెప్పగానే కాల్ కట్ అయిపోయింది.

మరుసటి రోజున కొద్ది వ్యవధిలోనే మరో మూడు ఫోన్ కాల్స్... అందరూ అమ్మాయిలే.... దీపకు ఫోన్ చేద్దాం అనుకున్నాడు ఫోన్ రింగ్ అవుతుంది... నాట్ లిఫ్టింగ్... రెండు... మూడు నాలుగోసారి ఆ స్వరం సరిగమలా..! "హలో...శ్రీ...ఓహ్ సారీ సంజయ్..థాంక్యూ మర్చిపోకుండా కాల్ చేసారు..మీ ఫోన్ కోసం చాలా ఎదురు చూసా... ఏమయినా ఇన్ఫర్మేషన్ వచ్చిందా?" శ్రీ కోసం ఆతృత నీరసం నిండిన ఆ గొంతుకలో శ్రీనేష్ పైన ప్రేమ ప్రస్ఫుటమవుతుంటే... కొద్దిగా అసూయతో "వచ్చిన నాలుగు కాల్స్ అమ్మాయిలవే అందరూ దాదాపు స్నేహం కన్నా ఎక్కువ ఏదో ఉన్నట్టే మాట్లాడారు.. మరి మీకూ శ్రీకి ఏం రిలేషన్ అండీ..సారీ ఎక్కువ చనువు తీసుకుని అడిగా.. నాకెందుకో మీ గొంతుకలో అమాయకత, హాయి నచ్చాయ్ అందుకే అడుగుతున్నా... మీకు ఇష్టమైతే చెప్పండి... లేకపోయినా సరే మనం స్నేహితుల్లా వుందాం... నేనూ మీ శ్రీ కోసం వెతుకుతా..." ఏదో చెప్పేసినా ఒక్కసారిగా భయం ఆమె ఎలా రియాక్ట్ అవుతుందో అని... అటునుండి మౌనం..... ఊపిరి బిగబట్టి ఫోన్ పగిలిపోయేంత గట్టిగా పట్టుకున్న సంజయ్ గుండె బాగా బి.పి. ఉన్నోడి చేతిలో ప్రెస్ బాల్లాగ ఠక్ ఠక్ ఠాక్ అని కొట్టుకుంటుంది, అవతలనుండి చిన్నగా "ఒకే సంజయ్ నాకూ నీ మాటా పద్ధతి నచ్చినట్టు అనిపిస్తుంది... చూద్దాం కొన్నాళ్లు... యస్ మనం ఫ్రెండ్స్..." వాట్సాప్ లో " 🙂🤝 " లు వచ్చాయి.

అలా మొదలయిన స్నేహం నువ్వులోకి వెళ్లడం వ్యక్తిగత విషయాలు షేర్ చేసుకొనేంత బలపడ్డానికి చాలా తక్కువ కాలం పట్టింది... సంజయ్ మనసులో మసకగా వున్న పథకానికి ఒక రూపం వచ్చింది.

దీప అందమైన గొంతుక... అంతకన్నా అపురూపమైన రూపం... ఫోటోలోనే యిలా వుంది... వాస్తవ రూపం... మరి ? చూడాలి చూడాలి... కోరిక రోజు రోజుకీ పెరిగి యద గది ఇరుకయి అదే ద్యాస శ్వాస సర్వమయి మనసు మాట వినదు నీ తలపు మరపు రాదు... ఏం చేయనే..! తెలియకనే కవిగా మారా నీ

మాయలో ప్రియా... కలవడం కోసం ఎలా ఎలా నిను కదిలించను... చాలా బలంగా కోరుకొన్నాడేమో..! దీప కాల్.... ఆత్రంగా ఫోన్ లిఫ్ట్ చేయగానే "సంజయ్ ఏంచేస్తున్నావ్?" "ఏం లేదు.." కమ్ముకొస్తున్న మైకం నీ కోసం పరితపిస్తున్నా... చెప్పేద్దాం అన్న కొండంత ఆవేశం బలవంతంగా ఆపుకొంటున్నాడు... కారణం.. రణం..రణం తను వివాహిత... అయినా విచక్షణ మింగేసేంత ఆకర్షణ... తను మాట్లాడే తీరూ ఆక్షేపణ లేదు ఆంక్షలూ లేవు అరమరికలు లేని భాషణ... తొందర పడితే స్నేహం కూడా ఊడేనా? చెప్పకపోతే ఈ మోయలేని మోహంతో చచ్చిపోవాలా? అన్న ఆలోచనలలో మునిగి తేలుతున్న సంజయ్ తేరుకునేట్లుగా "ఏయ్ సమాధానం చెప్పవేం..? ఈ రోజు సాయత్రం ఫ్రీగా వుంటావా?" అని అడిగంది. "ష్యో ధ్ధీపా... ఫ్రీగానే వుంటా... ఏం సంగతి? మీ శ్రీ గురించి ఏమయినా తెలిసిందా? ఎనీ ప్రాబ్లం?" అన్నాడు "హా..సంజయ్ కొన్ని విషయాలు నీతో షేర్ చేసుకోవాలి...మా ఆయన కూడా ఊరెళ్లాడు చాలా చాలా లోన్లీ ఫీలవుతున్నా..కాసేపు నీతో మాట్లాడితే బావుంటుందనిపించింది..వీలవుతుందా?" ఆ గొంతు ఎంత మధురం... మనిషిని చూడకున్నా... ముట్టుకోకపోయినా పర్వాలేదు... చిన్న ముద్దు ఆ గొంతుక పైన.. మళ్ళీ ఆలోచనలో మునిగిపోయాడు "సంజయ్ ఏంమాట్లాడవేం? నిన్నిలా అడగడం తప్పా.. ఇష్టం లేకుంటే నో ప్రాబ్లం కాసేపయితే నార్మల్ అవుతాలే" అని ఫోన్ పెట్టేసెలోపు "నో్..దీపా అదేంలేదు.. నీ కోసమే ఆలోచిస్తున్న కష్టం ఏమయి వుంటుందా అని అంతే ఎక్కడికి రావాలి చెప్పు..." అని తన సుముకత వ్యక్తపరిచాడు "బయటకు వద్దు ఇంట్లోనే కూర్చుందాం... ఫ్రీగా వుంటది బోర్ కొడితే బయటకు వెళ్లాం ఒకేనా..." మధురమైన తన స్వరం పలికింది "సరే దీపా లొకేషన్ షేర్ చెయ్, కొద్దిగా ఫ్రెష్ అయి వచ్చేస్తా..." ఫోన్ చెవి దగ్గర ఉండగానె తన బట్టలు వెతికేస్తు చెప్పాడు "ఒకే మరి వచ్చేయ్... ఎదురు చూస్తా" అంటూ ఫోన్ కట్ చేసింది దీప.

ఛ్చాల్ తీన్మార్...మనసు వయసు డాన్స్ అలవి కాని ఆ ఆనందం నిజమా కలా? సంశయం సందిగ్ధం.. సంబరం మొత్తానికి కలగాపులగపు యోచనలతో అనురాగమయి డోర్ బెల్‌పై సంజయ్ వేలు కొద్దిగా వణుకుతూ టెన్షన్‌కి ఆ శబ్దం గుండెలో ట్రైన్ సైరన్ మ్రోతలా ఉంది.. మెత్తని అడుగులసడి.. లాక్ ఓపెన్ అయి మెల్లిగా తెరుచుకొంటున్న తలుపు వెనుక.. కొండల చాటునుండి అందంగా కొద్ది కొద్దిగా బయటకొచ్చే సూరీని వెలుగల్లే.. ఆ మోము... పరవశమై స్థాణువై నిలుచున్న చేయికి ఓ సుమ స్పర్శ.. దరహాస వింజామర ఇహంలోకి తీసుకొచ్చింది...సోఫాలో కూర్చుని కాసిని నీళ్లు తాగిన తరువాత కొద్దిగా రిలాక్స్...కల కాదని కన్ఫర్మ్ "సంజయ్ కంఫర్ట్‌గ ఉండు... నా ఫ్రెండ్ ఫొటోలో కంటే హండ్‌సంగా మాస్లీగా ఉన్నాడు కదా!" సంజయ్‌ని చూస్తూ అంది దీప... ఆ చిలిపి పదాలతో మనిషిలో మాన్ బయటకొచ్చేసాడు... ఎంతో సన్నిహితమైన భావం.. మాటల జడిలో కాలం కరగడం మొదలయింది. ఆ సాన్నిహిత్యాన్ని ఇంకొచెం కొనసాగిస్తు "దీపా ఎవరు ఈ శ్రీనేష్ ప్రాబ్లం ఏంటి?" అని అడిగాడు "చెప్తా సంజూ నీతో చెపితే నాకూ కాస్త రెలీఫ్‌గా వుంటది..వేరే ఎవరు అర్థం చేసుకోలేరు.." అని తన గురిచి చెప్పసాగింది.

"నా క్లాస్మేట్ అవినాష్ మంచి స్పోర్ట్స్‌మాన్... చక్కటి ఆకర్షణీయ రూపం... అందరితో కలివిడిగా ఉండే తత్వం... మొత్తంమీద ప్రతీ అమ్మాయి కలల హీరోలా ఉంటాడు... ముఖ్యంగా మాకు దూరపు బంధువు కూడా... అమ్మాయిలు ఆతనికోసం పడి చచ్చేవారు... విపరీతమైన ఫాలోయింగ్... కొంత ప్లేబాయ్ ఇమేజ్ కూడా ఉండేది... అమ్మాయిలకుండే సహజ కుతూహలంతో నేనూ అతని గురించిన విషయాలు వింటూండేదాన్ని. క్లోజ్గా ఉండే తన మిత్రుల ద్వారా తెలిసింది తను ఏ అమ్మాయితోనూ మిస్బిహేవ్ చేయడు చాలా మంచోడు అని... ఒక సాఫ్ట్ కార్నర్ తనపై. ఎగ్జామ్స్ అయిపోయి నెక్స్ట్ ఏంటి అని ఆలోచిస్తున్న సమయంలో సడన్‌గా ఇంట్లో పెళ్లి

ప్రపోజల్... అబ్బాయి నా క్లాస్మేట్ అవినాష్... నో చెప్పడానికి కారణం ఏమీ కనిపించలేదు... పైగా హ్యాపీ ఎంతోమంది కలల హీరో నావాడవుతున్నాడు... ఫార్మల్‌గ ఏర్పాటుచేసిన పెళ్లిచూపుల్లో మరింత హండ్సంగ కనిపిస్తున్న అతన్ని చూసి ఆహ్ ఐ యామ్ లక్కీ అనుకొన్నా ఊహల ఊయలలో తేలిపోయా... చుట్టరికం కూడా ఉంది కదా కామన్ బంధువులు... పట్టింపులూ పెట్టి పోతలూ హడావిడులు లేకపోవడం... పెళ్లి ఓ అందమయిన వేడుక అయింది జంట ఎంత బాగున్నారో... ప్రశంసలు అభినందనలూ... పెళ్లి తంతు ముగిసింది.

చుట్టాల హడావిడి... ఇద్దరం ఏకాంతంగా కలసే అవకాశం రావట్లే... చెలికాని యదపై వాలి నను మరచి పోవాలి... నేనే ఇలా ఆలోచిస్తుంటే మరి నా అవినాష్...? దూరంగా కనిపిస్తున్న అతనికి చేయి ఊపా తన మొహంలో... ఏదో టెన్షన్ లీలగా... అతన్ని దగ్గరగా లాక్కొని... సిగ్గుతో ఊహలూ స్టాట్యూ అయ్యాయ్...రెండురోజులు గడచిపోయాయి... తను నన్ను పలకరించే ప్రయత్నమూ లేదు... అత్త మామ కూడా కొత్త కోడలు వచ్చిన ఆనందం ఏమీ లేకుండా కాజువల్‌గ ప్రవర్తిస్తున్నారు... ఏం జరుగుతుందో అర్థం కావట్లేదు... అవినాష్ వేరే గదిలో... ఎపుడు బయటకు వెళ్తున్నాడో రాత్రి ఎపుడు వస్తున్నాడో తెలియట్లేదు. అయోమయం... అమ్మా నాన్నకి చెప్పాలా..? వాళ్ల గుండెలు పగిలి పోతాయ్... నేను ఈ ప్రాబ్లం సాల్వ్ చేసుకోగలనా? అసలు సమస్య ఏంటి? సమాధానం లేని ప్రశ్నల కూడలిలో ఒంటిగా నిలుచున్న నాకు నేనే ప్రశ్నయ్యా... ఒకవారం గడచి పోయినా పరిస్థితులో మార్పు లేదు ఇంకా అయోమయంగా మారిపోతుంది... ఆరోజు ఆదివారం అందరూ ఇంట్లోనే ఉన్నారు. సూట్కేస్ పట్టుకొని బయటకు వచ్చిన నన్ను చూసి అందరూ అలానే నిలబడి పోయారు. నేనూ ఎవరినీ ఉద్దేశించకుండా నెమ్మదిగా అయినా స్థిరమైన గొంతుకతో చెప్పాను... నేను వెళ్తున్నా అని...!

ఒక్క సారిగా కంగారు... అందరిలో ఏదో భయం... అప్పుడు వచ్చాడు అవినాష్ నాదగ్గరకు నెమ్మదిగా..! నా చేయి పట్టుకొని మెల్లగా అన్నాడు లోపల కూర్చుని మాట్లాడుకొందాం పద అని. లాగి చెంపపై ఒక్కటివ్వాలన్న కోరిక బలవంతంగా ఆపుకొని చేయి విదిలించా... విసురుగా.. ప్లీజ్..అన్న ఆతని గొంతులో దైన్యం.. కోపం కొద్దిగా కంట్రోల్ చేసుకొంటూ ఇక్కడే చెప్పండి మీ అమ్మా నాన్న కూడా వినాలి కదా అసలేం జరిగింది, మీరెందుకిలా ప్రవర్తిస్తున్నారు..గట్టిగా అరిచానేమో అందరిలో ఏదో తప్పు చేసాం అన్న భావం ఏమీ అర్థం కాక అలా నిలబడి పోయిన నా చేయి పట్టుకొని నెమ్మదిగా గదిలోకి తీసుకువెళ్లి భుజాలపై చేతులు వేసి నెమ్మదిగా మంచంపై కూర్చోబెట్టాడు. ఆ స్పర్శ నన్నేవో లోకాల్లోకి లాక్కొని వెళ్లింది. అరమోడ్పు కనులతో మత్తు ఆవహిస్తున్న భావం నాకు... యిప్పుడే వస్తా లీలగా వినిపించిన తన గొంతుక.. వెళుతున్న ఆతని అడుగుల సడి... కొన్ని క్షణాలే యుగాలుగా ఎదురు చూపుల తరువాత తలుపు వేసి దగ్గరగా వచ్చిన అతను నా రెండు చేతులు దగ్గర చేర్చి చేతుల్లో ఏదో ఉంచాడు సర్ప్రైజ్ గిఫ్టా ఏంటి ఆనందం ఆశ్చర్యం సమ్మిళిత భావాలతో పూర్తి స్పృహలోకి వచ్చి చూస్తే ఏవో కాగితాలు నా చేతిలో... ఎదురుగా అవినాష్ తల వంచుకొని.."

శ్రద్ధగా వింటున్న సంజయ్.. "హేయ్ రాగానే నా వ్యధ మొదలు పెట్టాను ఏమయినా స్నాక్స్ తెస్తా వుండు.." దీప అనడంతో "టైం చాలా అయినట్టుంది కదా టీ తాగుదాం. మళ్లీ అవినాష్ వచ్చినా బాగుండదు" అన్నాడు. "నో వర్రీస్ బాబూ ఇంకో రెండు రోజులు తను రాడు ఒకే ఇపుడు టీ తాగుదాం... కాసేపు ఆగి బయటకు వెళ్దాం.. రా మా కిచెన్ చూద్దువు.. మాట్లాడుకొంటూ టీ పెడతా నేను.." ఛలో అంటు తన వెనక అడుగు వేయగానే తన నుండి వచ్చే పరిమళం సన్నటి నడుము దానిని దాటి ఊగే జడా.. ఇన్ని అందాలు ఒకే చోటా?? అయినా తను బాధలో ఉన్నపుడు ఇలా ఆలోచించడం తప్పు

మొత్తం కథ వినాలి వీలుంటే హెల్ప్ చేయాలి... "ఏంటి నీవు ఊరికే ఏవో ఆలోచనల్లోకి వెళ్లి పోతావ్ నేను..అదే నా కంపెనీ నచ్చలేదా?.." చిలిపిగా కాస్త కవ్వింపుగా ఉన్న ఆ స్వరం... వినపడింది కంగారుగా "అదేంలేదు..నీ కథ మొత్తం వినాలని ఉంది..నీతోనే ఉన్నా ఆలోచనలు కూడా నీ గురించే..." అన్నాడు. "ఊఫ్హా...థాంక్యూ సంజూ..." టీ కప్ యిచ్చి పక్కనే కూర్చుని టీ సిప్ చేస్తూ ఆలోచిస్తున్న దీపతో "ఏంటి నాకు పరధ్యానం అన్నావు నీవేంటి మరి..?" అంటు తన వైపు చూస్తే....కళ్లలో నీళ్లు...భాధ ఓదార్పుగా చేయి తన చేయిపైన వేయగానే తప్పిపోయిన పసిపాప తన వాళ్లు కలవగానే పట్టుకొన్నంత గట్టిగా బిగించి ఇంకొంచెం దగ్గరగా జరిగింది... బిగిసిన చెతిని ఇంకాస్త దగ్గరగ లక్కొని "నాకు నీగురించి మొత్తం వినాలనుంది చెప్పవూ ప్లీజ్..." అన్నాడు సంజయ్.

"యస్ చెబుతా.."

"నాచేతిలో కాగితాలూ అవినాష్ వాలకం నన్ను ఊహా లోకాల నుండి వాస్తవంలోకి లాక్కొచ్చాయ్. మనసు ఏదో కీడు శంకిస్తోంది...ఏంటిది? జాగ్రత్తగా చూడు ఎవరికీ ఇబ్బంది కలగని నిర్ణయం తీసుకో నీ ఏ నిర్ణయమైనా నేను కట్టుబడి ఉంటా ప్లీజ్... నెమ్మదిగా తను బయటకు వెళ్లిన తరువాత ఆ పేపర్స్ చూస్తే... ఒక్కసారిగా చీకటి మొదడు మొద్దుబారి కన్నీళ్లు సైతం గడ్డ కట్టినట్టు...నాలుక వెనుకకు సాగి గొంతులోకి వెళ్లినట్టు అభావం... అచేతనం... అవి అవినాష్ మెడికల్ రిపోర్ట్స్... తనకు చిన్నపుడు జరిగిన ప్రమాదంలో నడుముకు తగిలిన దెబ్బ వల్ల సెక్స్‌కి పనికిరాడు. ఇంకా మందులు వాడుతున్నారు... మరి తెలిసీ నన్నెందుకు బలి చేసారు? ఎవరిని అడగాలి.. ఏంటి పరిష్కారం..?

అమ్మా నాన్న...నాకు బ్రతుకు మీద వున్న తీపి అన్నీ కలిసీ నేను డిప్రెషన్ లోకీ వెళ్లకుండా ఆపుకోగలిగా... వారం రోజుల వరకూ బయటకు రాలేకపోయా.. మెల్లగా వాస్తవంలోకి

రావడానికి ప్రయత్నిస్తున్నా... ఒకరోజు రూంలోకి వచ్చిన అవినాష్.. దీపా ఏమి ఆలోచించావ్ నీకు అన్యాయం జరిగింది? వీడు మగాడు కాదు అని సమాజంలో పరువు పోకూడదని కొద్ది రోజులకయినా నా ఆరోగ్యం సెట్ అవచ్చని చిన్ని ఆశ మొత్తానకి మా స్వార్ధానికి నిన్ను బలి చేసాం. అయినదానివి అర్థం చేసుకొంటావని కూడా గట్టి ఆశ... క్షమించు వదిలి వెళ్లడం కాకుండా ఏ నిర్ణయమైనా తీసుకో...ప్లిజ్..! అసహ్యం జాలి నిస్సహాయత అన్నీ కలిపి ఓ వింత ఘర్షణ మనసులో... అపుడే ఒక నిర్ణయానికి వచ్చాను.. విడాకులిచ్చి వీడిని ఏమాత్రం ఇబ్బంది పెట్టగలనో కానీ నేనూ,నా ఫ్యామిలీ కూడా కష్టపడాల్సి వస్తుంది. ఇక్కడే వుండి వీళ్ల పరువుపై దరువేయాలి అందులోనే నేను పోగొట్టుకొన్న జీవితం ఆనందం వెదుక్కోవాలి. ఓ స్థిరమైన నిర్ణయం...అవినాష్...నీ శారీరక లోపం కన్నా మీరంతా చేసిన మోసం క్షమార్హం కాదు.. నీ పైన ఇష్టం జాలితో నేను భరించకలిగేంత సర్దుకొంటా...నాకు ఇబ్బంది కలగకుండా చూసుకో... ఇక నీ పరువు నీ చేతలు చేతల్లోనే... సెక్స్ జీవితంలో ఓ భాగమే, అదే జీవితం కాదు..సెక్స్‌ని మినహాయించి మిగిలిన విషయాల్లో అయినా మంచి భర్తగా స్నేహితుడుగా చూసుకో.

నా భావం అతనికి ఎలా అర్థం అయిందో కానీ 'జీవితంలో ఒక భాగం మాత్రమే సెక్స్ దానినే జీవితం అనుకోకు' అవినాష్... నీకో కొత్త అర్థం చెబుతా జీవితమంటే...నా ఇన్నర్ ఫీలింగ్. ఆతని మొహంలో రిలీఫ్...అలా ఒక అందమైన ఎండమావిలా సంసారం మొదలయింది."

ఆ ఎండమావిలాంటి కథని చెబుతు నీరసించిన దీపతో "దీపా చాలా టైం అయింది కదా డిన్నర్‌కి బయటకు వెళ్దామా?ఆన్లైన్‌లో ఆర్డర్ చేసుకొందామా?" అన్నాడు "ఆర్డర్ చేస్తా వచ్చే లోపు ఇద్దరం ఫ్రెష్ అవుదాం, సంజూ ఈ గదిలో నీవు ఫ్రెష్ అవు నైట్ డ్రెస్సులున్నాయి కబోర్డ్‌లో చూసుకో..." అతి చనువుగా అంది దీప..!

కలయా నిజమా ఇది నీకింత అదృష్టమా?

ఈ అందానికింత కష్టమేల రావలె?

ఆ వ్యధ విన శ్రోత నేనే ఏల కావలె ?

ఫ్రెష్ అయి హాల్లోకూర్చుని ఆలోచిస్తున్న సంజయ్ ఉలిక్కి పడ్డాడు కాలింగ్ బెల్ శబ్దానికి... భయంగా వెళ్లి తలుపు తీస్తే ఎదురుగా...డెలివరీ బాయ్.." సర్ ఫుడ్.." "క్యాషా కార్డ్ ఆ.." అని డబ్బులు పే చేసి ఫుడ్ డైనింగ్ టేబుల్‌పై పెట్టి కూర్చునేలోపే "ఎవరు వచ్చింది? " అంటు బయటకు వచ్చిన దీపను చూసి ఇంత అద్భుతం చూసిన నా కనులామె రూపం నింపుకొని మూసుకుపోయినా పర్లేదు మరేమీ చూడలేని గుడ్డివాడిని అయిపోయినా సరే... అనుకుంటు ప్రతిమై చూస్తున్న సంజయ్‌తో "సంజయ్..రా భోజనం చేద్దాం" అని చేయి పట్టుకొని తీసుకు వెళ్లి కొసరి కొసరి వడ్డించడం... హాయిని అనుభవిస్తూ భోజనం తరువాత ఈమె నాకు అత్యంత ఆత్మీయ నేస్తం...అన్న భావం స్థిరపడింది.

కొద్ది క్షణాలు మౌనంగా దగ్గరగా కూర్చుని ఎవరి ఆలోచనల్లో వాళ్లుండి పోయారు.. దీపపైన కోరికను తన గురించి తెలుసు కోవాలన్న ధ్యాస డామినేట్ చేస్తుంది.. తనకు బాగా దగ్గరగా జరిగి తన చేతులు పట్టుకొని సంజయ్ అన్నాడు ఆర్తిగా "ఆ తరువాత ఏమయ్యింది"

"అంత ఇంట్రెస్టింగా వుందా సర్ నా గురించి తెలుసు కోవడం... కొద్దిరోజుల పరిచయంలోనే నీవు చాలా నచ్చావు పర్సనల్ విషయాలు షేర్ చేసుకొన్నా ఇబ్బంది ఉండదు అనిపించింది... అందుకే ధైర్యంగా పిలిచా...చెప్పుకొనేంత ఆత్మీయులూ లేరు. ఇష్టమైన నమ్మకమైన నీలాంటి స్నేహితుడితో బాధ పంచుకుంటే నా మనసూ తేలికవుతుంది అనిపించింది..." అని ప్రేమగా చెప్పింది "థాంక్యూ దీపా నన్ను నమ్మినందుకు.." దగ్గరగా జరిగి భుజంపై చేయివేసి చెంపపైన

ప్రేమగా ముద్దు ఇచ్చాడు. దీప నుండి ఎలాంటి ప్రతిఘటనా లేదు అలా అని ఇష్టంగా ప్రతిస్పందనా లేదు..! తడబాటుగా "సారీ దీపా..." అన్నాడు "సంజయ్ సారీ ఎందుకు నీవంటే ఇష్టం వుండే కదా పిలిచాను...తప్పు అనుకుంటే నాది కదా తప్పు...యు ఆర్ ఎ గుడ్ బాయ్ సంజూ.." అల్లరిగా అన్న తన మాటలతో బిడియం మొత్తం మాయమయింది... రెట్టింపు చనువుతో ఇంకాస్త దగ్గరకు జరిగి "ఊ చెప్పు అవినాష్ హెల్త్ సెట్ అయిందా? ఈ శ్రీనేష్ ఎవరు?..చెప్పు.." అన్నాడు.

"నాకు ఇబ్బంది కలగనంతవరకూ తను పదిలం అని తెలిసాక నాకు ఏ లోటూ రాకుండా చూసుకొంటున్నాడు. వాళ్ల అమ్మా నాన్న సొంత ఊరికి షిఫ్ట్ అయి మాకంతా ఏకాంతమే... షికార్లూ సినిమాలు.. అందమయిన జంట ఫుల్‌గా ఎంజాయ్ చేస్తున్నారు.. సమాజంలో మా గుర్తింపది. కాలమలా గడుస్తోంది... మా ఎదురు ఇంట్లో రెంట్‌కి దిగాడు బాచిలర్ శ్రీనేష్.. స్మార్ట్ లుకింగ్ యింకా తన కలుపుగోలు తనంతో కొద్దిరోజుల్లోనే నాకూ అవినష్‌కూ స్నేహితుడుగా దగ్గరయ్యాడు.. తను సినిమాల్లో ట్రై చేస్తున్నా ఏదో కంపెనీలో పార్ట్ టైం జాబ్ చేసుకుంటూ ఉన్నాడు... అలా ఆ పరిచయం మా మధ్య శారీరక సంబంధం వరకూ వెళ్లింది... నేను గుడ్డిగా ఆతని భ్రమలో పడిపోయా మెల్లగా శ్రీలో మార్పు.. ఎక్కువగా ఫోన్‌లోనె ఉండేవాడు. అస్థిమితంగా కంగారుగా... అవినాష్ మా విషయం గ్రహించి మందలించడానికి ప్రయత్నించాడు. అపుడు 'అవినాష్ మళ్లీ చెబుతున్నా జీవితమంటే ఒక్క సెక్స్ మాత్రమే కాదు అలా అని సెక్స్ లేకపోవడమూ కాదు అర్థమయిందనుకుంటా నిన్ను నీ వైకల్యాన్ని అవమానించను. నేనూ విచ్చల విడిగా బజారున పడి కష్టాలు కొని తెచ్చుకోను.. నీ పరువు పోకుండా చూసుకుంటా... అని కూల్‌గా స్థిరంగా చెప్పాను.. రెండు రోజుల సంఘర్షణ పాపం మళ్లీ మంచి భర్త అయిపోయాడు.

ఆ తరువాత రెండు రోజులకే సడన్‌గా పోలీసులు ఇంట్లో వున్న శ్రీని అరెస్ట్ చేసి లాక్కెళ్తున్నారు. హడావిడికి నేనూ అవినాష్ బయటకు వెళ్లాం. శ్రీ తల వంచుకొని వాళ్లతో వెళ్తున్నాడు. బాధగా అనిపించిందో క్షణం.. అంతలోనే ఇది అవినాష్ చేయించాడా? ఆ ఆలోచనతో కొద్దిగా భయం.. అంతకన్నా కోపం వచ్చింది..విసురుగా ఇంట్లోకి వచ్చేసా..పాపం శ్రీనేష్....అవినాష్ ఈ విషయంలో నీ ప్రమేయం వుందా? గట్టిగా అడిగా..' లేదు దీపా మొదట కోపం వచ్చిన మాట వాస్తవం 'జీవితమంటే సెక్స్ లేకపోవడమూ కాదు' అన్న నీ మాటలతో అదో భాగమే నేనూ సర్దుకోవాలి అని మనసుకు సర్దిచెప్పుకొన్నా నా రిక్వెస్ట్ ఒకటే వాడి భార్య ఇలా అని అందరూ అనుకొనేలా చేయకు అని చెప్పాలి అనుకొన్నా.. అంతే కానీ వీడి అరెస్ట్‌కీ నాకు ఏ సంబంధం లేదు నిజం... ఆతని కళ్లలో నిజాయితీ... పాపం ఏ భర్తకూ రాకూడని పరిస్థితి... నాకు చేసిన అన్యాయానికిది ఒకే.. ఏదో ఒక రోజు ఈ స్థితి అనుభవించ వలసిందే ఇద్దరం ఒకింత తేలిక పడ్డాం..

"మరి శ్రీ ఏమయినట్టు?"

సంజయ్‌లో కూడా భయంతో కూడిన అనుమానం... "దీపా శ్రీనేష్ ఏమయ్యాడు మరి?" తనకి కొద్దిగా దూరం జరుగుతూ అడిగాడు. సంజయ్ చేయి పట్టుకొని.."తరువాత నీకు తెలిసిందే చాలా వరకు..నంబర్ నువ్వు తీసుకున్న తరువాత నీకు వచ్చిన కాల్స్ అన్నీ చూస్తే వాడికున్న గార్ల్ ఫ్రెండ్స్ లిస్ట్ ఇంకా అప్పులిచ్చిన వాళ్ల లిస్ట్ చూసాంకదా?" అని చెప్పింది "అవీ తెలుసు కానీ పోలీస్ కేస్ ఎవరు పెట్టారు మరి?" "అది చెప్దామనే నిను రమ్మన్నది బాస్... నిన్న శ్రీనేష్ వాళ్ల అత్త మామ వచ్చారు. ఇంట్లో విలువైన వస్తువులేమైనా ఉన్నాయా అని చూసి రెంట్ బాలెన్స్ సెట్ చేసి ఇల్లు ఖాళీ చేసి వెళ్లారు.." "అత్తా మామనా అదేంటి?.." అని అడిగాడు ఆశ్చర్యంతో.. "వాడికి పెళ్లి అయింది.. ఆ అమ్మాయిని టార్చర్ పెడతాడట ఒక రోజు ఆ

అమ్మాయిని స్పృహ కోల్పోయేలా కొట్టి పారిపోయి వచ్చాడు... కేసు పెట్టింది అమ్మాయి పెరెంట్స్..."

నిశ్శబ్దం...కాలం ఆగి పోయినట్టుగా కాసేపు "అవునా.." అంటూ దీప వైపు చూసిన సంజయ్ విచలితుడయ్యాడు.. కన్నీళ్లతో దెబ్బతిన్న కుందేలులా జాలిగా... తనను దగ్గరగా తీసుకొని గట్టిగా హత్తుకున్నాడు... ఆమె మరింత దగ్గరగా జరిగి ఒదిగిపోయింది... అలా కొద్దిసేపటికి రిలాక్స్ అయ్యారు ఇద్దరూ..!

అంతలోనే దీప ఫోన్ రింగ్ అయిష్టంగానే అతన్ని వదిలి వెళ్లి ఫోన్ లిఫ్ట్ చేసింది.. "హలో అవినాష్ చెప్పు ఎలా ఉన్నావు.. నేను బానే వున్నా...హా ఇబ్బంది ఏమీలేదు.మా చుట్టాల అబ్బాయి సంజయ్ అని వచ్చాడు..ఒకే పర్లేదు బాయ్.." ఫోన్ కట్ చేసి తను "ఎల్లుండి వస్తాడట" అంది... "ఒకే మరి నువ్వేంటి చుట్టాలబ్బాయ్ వచ్చాడని చెప్పావు?" అని అడిగాడు "హా మరి నువ్వు నా చుట్టానివేగా" అల్లరిగా నవ్వుతూ చెప్పింది "ఛలో మనం ఆ రూంలో హెూమ్ థియేటర్లో ఏదయినా సినిమా చూద్దాం... కూర్చో నేనిప్పుడే వస్తా" అని కుర్చొపెట్టి వెళ్లింది.

రూంలో చాలా కాస్ట్లీ హెూంథియేటర్ అందమైన మంచం... డబుల్ సీట్ రిక్లైనర్స్ మాంచి ఇంటిరియర్‌తో అధిరిపోయేలా వుంది. కమ్ముకొస్తున్న తీపి ఆలోచనలు అందమైన బెడ్ ఆహ్వానిస్తున్నట్టు అనిపించి, దానిపై వాలి హాయిగా కనులు మూసుకున్న సంజయ్, దీప వచ్చిన అలికిడికి కళ్లు తెరిచాడు.

సన్నటి వెలుతురు మత్తుగా చిన్న మ్యూజిక్...స్వర్గంలో దేవకన్యలా కనిపిస్తున్న తనను చేయి చాచి సుతారంగా మంచంపై కూర్చోబెట్టాడు... గంటలు క్షణాలయి పాన్పుపై అడవిలో స్వేచ్ఛా జీవులు సరసులో చేపలులాగ సరస సామ్రాజ్యంలో ప్రియ శత్రువులై ఒకరినొకరు గెలిచి మళ్లీ మళ్లీ గెలుస్తూ... అలా రెండు రోజులు మాయమైపోయాయ్... ఈ రోజు సాయంత్రం అవినాష్ వస్తాడు...సంజయ్ ఆ సుఖానికి బానిస

అయిపోయాడు... దీప పరిస్థితీ దాదాపు అలానే ఉంది... "ఏం చేద్దాం మరి" సంజయ్ ప్రశ్న..?

"మా ఇద్దరివీ బెడ్రూమ్స్ సపరెట్‌గానే ఉంటాయ్. నా చుట్టానివే కనుక నీవెప్పుడైనా రావచ్చు నీ రూంలో మనమూ యుద్ధం చేయొచ్చు... నో ప్రాబ్లం బాస్" జుట్టులో వేళ్లు జొప్పించి దగ్గరగా లాక్కుని పెదాలపై ముద్దు పెట్టుకొని "నన్ను గెలిచావురా మగడా" అంది. ఆతని మనసు మనిషీ ఉనికి అన్నీ ఓ పుష్ప గుచ్ఛం చేసి ఆమె పాదాల దగ్గర పెట్టాడు... భక్తుడూ బానిసా అయిపోయాడు ఆ ఒక్క మాటతో...

అవినాష్ వచ్చినా పరిస్థితిలో పెద్ద మార్పు ఏమీలేదు. ఎదురైనపుడు చిరునవ్వుతో పలకరిస్తాడు... ఆప్యాయత తప్ప కోపం కూడా కనబడదు...అతనో మిష్టరీలా అనిపిస్తాడు... చూడ్డానికి నాకన్నా చాలా బలిష్టంగా అందంగా ఉన్నాడు.. నిజంగా ఇతనికి దీప చెప్పిన బలహీనత ఉందా? అవినాష్‌ని చూసిన ప్రతీ సారీ అవే ఆలోచనలు మెదులుతున్నాయి సంజయ్‌కి... దీప అందించే సుఖం అన్ని ఆలోచనలూ మరచిపోయేలా చేస్తుంది... రెండు నెలలు గడచిపోయాయ్... వ్యాపారం బానే సాగుతుంది... కొద్దిగా మత్తు దిగి చూసుకుంటే బాంక్ బాలెన్స్ ఇరవై లక్షలు కాస్తా రెండు లక్షలయ్యాయ్. అంతా దీప ఇంటి ఫర్నిచర్ ఒంటికి ఆర్నమెంట్స్ అయ్యాయ్...

ఛ ఏంటిలా ఆలోచిస్తున్నా అవి నా దేవతకు కానుకలయ్యాయ్ ఓకే చూద్దాంలే అని సర్దిచెప్పుకొని నేను పొందే ఆనందం ఇంతకన్నా చాలా విలువయింది. ఈ రాత్రి ఎలా ఉంటుందో ఊహించుకొంటూ పని చేసుకుంటూంటే ఊరు నుండి వచ్చిన నాన్న " ఏరా ఎలా ఉన్నావ్ ఫోన్ కూడా సరిగా మాట్లాడట్లే... అమ్మ చూసి రమ్మంది.." అన్న మాటలు వినపడగానే ఆలొచలనలలొంచి బయటకు వచ్చి "హా.. మంచిగనే ఉన్నా.. పని ఎక్కువ ఉండి సరిగా ఫోన్ మాట్లాడలేక పోయిన.. సరే పద అన్నం తినుకుంట మాట్లాడుకుందాం..."

హొటల్‌లో అన్నం తినేపుడు నాన్న "వచ్చేనెల ముహూర్తాల్లో పెళ్లి చేద్దాం అంటున్నారు మామయ్య వాళ్లు. అమ్మ కూడా ఆశపడుతుందిరా కోడల్ని తొందరగా తీసుకొచ్చుకోవాలని... మేం ఆ ఏర్పాట్లలో వుంటాం... నువ్వూ పనులన్నీ చక్క బెట్టుకో.." అని చెప్పాడు. "సరే నాన్న...నువ్వు రూంకు వెళ్లి రెస్ట్ తీసుకో మరి నేను పని అయ్యాక వస్తా.." "లేదురా నాకు వేరే పని ఉంది చూసుకుని ఊరికి వెళ్తా, అమ్మతో మాట్లాడుతా ఉండరా బెంగ పెట్టుకుంటది.." అని చెప్పి వెళ్తున్న తండ్రిని చూస్తూ ఈ మధ్య నా తల్లిదండ్రులను పట్టించుకోవడం మానేసా తప్పు చేస్తున్నా స్వగతంగా అనుకొంటూ ప్రింటింగ్ ప్రెస్ వైపు బయలు దేరాడు సంజయ్.

...కళ్ల ముందో అనూహ్య దృశ్యం...

ఎదురుగా వెళుతున్న కొత్త కారులో అవినాష్ డ్రైవింగ్ సీట్‌లో అతనిపై వాలి మొహంలోకి ప్రేమగా చుస్తూ దీప... ఇంట్లో అంటీముట్టనట్టుండే వీళ్లిలా? ఆశ్చర్యం ఏంటి వీళ్లు దీపకి నాతో రిలేషన్ ఉందని తెలిసీ నాతో కూడా నార్మల్ గానే ఉంటాడు. దీప ఇంత ఇష్టంగా ఎలా?... నేనేమయినా ట్రాప్‌లో పడ్డానా? దీప ఇచ్చే సుఖం తలపుకొస్తే... తప్పుగా ఆలోచిస్తున్నా అనిపిస్తుంది. అనాలోచితంగానే మోటర్ సైకిల్... దీప ఇంటి దారి పట్టింది... బయట కార్ పార్క్ చేసివుంది. బెల్ కొట్టి లోపలికి వెళ్దామా వద్దా... అన్యమనస్కంగానే కాలింగ్ బెల్ నొక్కాడు పవర్ కట్,శబ్దం రాలేదు... కానీ తెరిచిన కిటికీ గుండా లోపల మాటలు స్పష్టంగా వినిపిస్తున్నాయి. తిరిగి వెళ్దామా తలుపు శబ్దం చేద్దామా అనుకొనేంతలో... "సంజయ్..బోర్ కొడుతున్నాడు.. దీపా.."

అవినాష్ గొంతు షాక్..షాక్..నేను అతనికి బోర్ కొట్టడం??? అదేంటి అయోమయంలో ఉండగానే... "ఒకే అవీ...వీడి ట్రాన్జాంక్షన్ ఫైనల్ చేద్దాం..అకౌంట్ కూడా వీకే..." అంటు ఇంకాస్త స్పష్టత "కొత్త ఫ్యాన్సీ నంబర్ వెదుకు మరి..." నవ్వులు

ఇద్దరూ కలిసి...! ఏం విన్నాను.. గుండె మంటల్లో మల్లెలా.. చెవుల్లో హోరు... వణుకుతున్న కాళ్లు చేతులు...తడి ఆరిపోతున్న గొంతుక... ఎలా ఇంటికి వచ్చి పడ్డాడో... పిచ్చి పట్టేలా ఉంది... తెల్ల వారి సాయంత్రానికి కొద్దిగా రిలాక్స్ అయి ఆలోచిస్తున్నా అసలు విషయం ఏంటి వాళ్లిద్దరి సంసారం.. సజావుగా వుంటే మధ్యలో నన్ను ఎందుకు వాడుకున్నారు. కేవలం డబ్బు అయితే ఆ అపురూపమైన అందానికి ఎంత డబ్బు అయినా ఇచ్చే బడా బాబులు క్యూ కడతారు కదా? మరి నన్నే ఎందుకిలా...? అంటు తన ఆత్మ ఘోషిస్తోంది. నిన్నటి నుండి దీప చాలా కాల్స్ చేసింది చేస్తూనే వుంది..లిఫ్ట్ చేయలేదు.. కానీ అసలు విషయం తెలుసుకోవాలి అన్న కోరిక పెరిగిపోతుంది. ఒకసారి మాట్లాడితే ఎలా ఉంటుంది. కొద్దిసేపు ఎదురు చూసాక... దీప నుండి కాల్.. "హాయ్ డియర్ ఏమయ్యావ్ నిన్నటి నుండి ఫోన్ లిఫ్ట్ చేయట్లేదు..నైట్ కూడా రాలేదు.. ఏమయింది బాస్.." ఆ గొంతులో అదే తీయదనం..ఎంత పదునైన ఆయుధం. ఏం జరగబోతుంది.. నన్ను చంపేస్తారా.. బ్లాక్ మెయిల్ చేస్తారా....సరే ఏదో ఒకటి తేల్చుకుంటేనే మనఃశ్శాంతి వెల్దాం అన్న ఆలోచలను చేదిస్తు "ఓయ్ ఏంటయ్యా మాట్లాడవు...ప్లీజ్ రా.." అంది దీప "హా వస్తున్నా...పది నిమిషాల్లో అక్కడ వుంటా బాయ్..." దగ్గరగా వేసివున్న తలుపు నెట్టి లోపలికి వెళ్లిన సంజయ్.. మత్తెక్కించే అందం ప్రేమ కురిపించే ఆ చూపులు.. ఏది నిజం.. నా చెవులు మోసం చేస్తున్నాయా.. నా కనులు అబద్ధం చెబుతున్నాయా? ఆలోచనల పర్వం "త్వరగా ఫ్రెష్ అయి వచ్చేయ్ భోజనం చేద్దాం.. నీ మీద బెంగతో నిన్నటి నుండి సరిగా తినలేదు.." ప్రేమతో కూడిన నిష్ఠూరం. కళ్లలో సన్నటి నీటి పొర....ఇంత నటన సాధ్యమా ? లేక నేను అనవసరంగా దూరం అవుతున్నానా? చూద్దాం.. అనుకుంటూ.. తనని దగ్గరకు తీసుకొని " అయ్యో సారీ దీపూ నిన్న మా నాన్న వచ్చారు కొద్దిగా బిజీ అందుకే కాల్ చేయలేదు..సరే ఫ్రెష్ అయి వస్తా...." అని లోపలకి వెళ్లాడు.

స్నానం చేసి వచ్చేసరికి వేడి భోజనం రడీ...చిన్నగా కబుర్లతో భోజనం ముగించి బెడ్ రూంలోకి వెళ్లారు.."అవినాష్ వున్నారా.." అని అడిగాడు "ఆ పడుకొన్నాడు.. చాలా మిస్అయ్యాను ఎందుకిలా ?ఏం కోపం సంజూ..." ఆమె ప్రేమగా అల్లుకుపోతుంటే ప్రపంచాన్నే మరచిపోయేలా ఆమె ప్రసాదించే సుఖంతో తన అనుమానపు తెరలు తోలగి పోయాయ్.. శృంగార ప్రపంచంలో మునిగి తేలారు..

"పడుకో సంజయ్..నీలాంటి మగాడు దొరకడం నా అదృష్టం.." అని పెదాలపై గట్టిగా ముద్దు ఇచ్చి "..నేను వెళ్లనా మరి..." అడిగింది "వెళ్లాలా..?" గోముగా అడిగాడు సంజయ్.. "తన కోరిక అదే కదా? చేయి వేసుకొని పడుకునే అవకాశం ఇమ్మని.. నీ దయతో నా కోరికా భార్య పక్కనే పడుకోవలన్నా అతని కోరికా తీరుతాయి కదా.." చిరు నవ్వుతో "అయినా ఏంటి ఈ రోజు ప్రత్యేకంగా అడుగుతున్నావు.. నిన్నటి బాలెన్స్ కూడా ఇవ్వనా" గట్టిగా హత్తుకొని " రేపు అవినాష్ ఊరెళ్తున్నాడు.. మనం చంపేసుకుందాం బై.." అని చెప్పి వెళ్లింది దీప...

ఆ హాయిని ఆస్వాదస్తూ మైకంగా..తను వెళ్లిన కొద్ది నిముషాల్లోనే నిదురలోకి జారుకొనే సంజయ్.. మనసులో అలజడితో ఆలోచనలతో ఎంతసేపటికీ నిదురరాక అలా బయటకు వెళ్దాం అనిపించి లేచి నిలబడ్డాడు.. బెడ్ లైట్ వెలుతురు మసకగా ఉండడంతో లైట్ స్విచ్ ఆన్ చేద్దామని చేయి చాస్తుంటే...షాక్...

అకడొక కిటికీ తలుపు కొద్దిగా తెరిచి వుంది..అవతలి గదిలో కర్టన్‌తో కవర్ చేసి ఉండడం.. అటునుండే తెరిచే వీలుండడంతో ఆ కిటికీ ఎప్పుడూ తెరిచి ఉండేది కాదు.

కొద్దిగా కుతూహలం.. వీళ్లు ఎలా పడుకున్నారో చూద్దాం అని మెల్లగా ఇంకొంచెం తెరిచి ఆ గదిలో చూస్తే కనిపిస్తున్న దృశ్యం.. మెదడులో విస్ఫోటనం...

ఆ గదిలో వున్న టి.వి లో సంజయ్ దీపా అరగంట క్రింద నటించిన శృంగార మౌన చిత్రం.. బెడ్ పైన అవినాష్‌తో చాలా కసిగా ఎంజాయ్ చేస్తూ దీప సెక్స్ చేయలేడు అని డాక్టర్స్ చెప్పిన అతని ఇంపొటెన్సీ రిపోర్ట్ అబద్ధమా? పరీక్షగా చూస్తే తనున్న రూంలో హోంథియేటర్‌కి అటూ ఇటూ ఏర్పాటు చేసిన కెమరాలు.. ప్రతీ చిన్న కదలికా రికార్డ్ అయ్యేలా..దీపతో నా ప్రతీ స్పర్శా రికార్డ్ అవుతోందా?... దాన్ని వీళ్లిద్దరూ ఎందుకు టి.వి లో చూస్తున్నారు.. కిటికీ తలుపు ఎందుకు తెరిచి ఉంది..ఇద్దరూ కలిసి నన్నేంచేద్దాం అనుకుంటున్నారు..వందల ప్రశ్నలు ఒళ్లంతా జలదరింపు.. మెల్లగా తలుపు తెరుచుకొని బయట పడ్డాడు...ఏం జరుగుతోంది ఎలా తెలుసుకోవడం? ఆలోచనల సుడిగుండంలో మనసు గడ్డిపోచలా.. కాలం భారంగా కదులుతోంది...

తెల్లవారి పొద్దున దీప ఫోన్..."హాలో సంజూ ఏంటి చెప్పకుండా వెళ్లిపోయావ్. అవినాష్ ఊరెళ్లాడు. రావచ్చు కదా అక్కడ పని ఎవరికైనా అప్పచెప్పి.." ఆ గొంతు కత్తి చెవులనుండి దూరి గుండెను కెలుకుతున్నట్టుగా వుంది ఆ బాధను దిగమింగి "దీపా ఏంచేస్తున్నారు మీరు..నేను రాత్రి మొత్తం చూసాను...మీ శృగారం.. మన వీడియో మీ గదిలో ప్లే అవడం...నాకు క్లారిటీ కావాలి.." అని అడిగేశాడు.

చిన్నగా నవ్వు అవతలి నుండి "మొత్తం తెలిసిందా..." దెయ్యం గొంతులా వుంది... ఆ స్వరమిపుడు కఠోరంగా అనిపిస్తుంది... "చూశాను.. చెప్పు ఎందుకిలా నన్ను ట్రాప్ చేసారు... మీరు చెప్పకుంటే నేను పోలీసుల హెల్ప్ తీసుకుంటా..." అన్నాడు

"ఓహ్ వద్దు సంజయ్ పెద్ద మాటలు వద్దు..నావల్ల నీవేం నష్టపోలేదు..కేసులు పోలీసుల వల్ల నీకే కష్టం నష్టం.. కూర్చుని మాట్లాడుకొందాం.. ఇష్టమైతే కలిసి ప్రయాణం చేద్దాం..

లేకుంటే ఫ్రెండ్లీగా విడిపోదాం.. కనీసం పరిచయస్తులుగా అయినా వుంటాం.. పిచ్చి ఆలోచనలు చేసి ప్రాబ్లమ్స్ లో పడకు". ఒక మృదువైన బెదిరింపు సంశయంలో సంజయ్.. ఆ యింటికి వెళ్లాలి అంటే భయం అనిపిస్తుంది..."ఒకే దీపా నా ఆఫీస్‌కి రండి ఈ రోజు సాయంత్రం..స్టాఫ్ కూడా లేరు ఈ రోజు సెలవు కదా.." "ఒకే బట్ ఈ లోపు ఏ తొందరపాటు నిర్ణయం తీసుకున్నా...నీవు చాలా ఇబ్బంది పడతావ్...నీ మీద ప్రేమతో చెబుతున్నా..." అని ఫోన్ పెట్టేసింది దీప.

సాయంత్రం ఏడు కావస్తుంది అవినాష్ దీపా, సంజయ్ ఆఫీస్‌కి వచ్చారు. టేబుల్‌పై సంజయ్ వెడ్డిగ్ కార్డ్ ప్రూఫ్ కాపీ వుంది. కాసేపు మౌనం.. ఆఫీస అంతా చూస్తూ "నైస్ మైంటనెన్స్ సంజూ." అంటున్నాడు. ఈ లోపు వెడ్డింగ్ కార్డ్ ప్రూఫ్ చేతిలో తీసుకొని "ఇంకా కార్డ్ డిజైన్ ఫైనల్ అవలేదా బాస్? కనీసం పెళ్లి కుదిరిన విషయం కూడా చెప్పలేదు..దీప" నిష్ఠూరం.. ఆశ్చర్యంగా ఉంది వీళ్ల ప్రవర్తన.. ఇలా నిబ్బరంగా ఉండడం ఎలా సాధ్యం.. ఆలోచిస్తూ సంజయ్... "చూడండి అసలేం జరుగుతోంది చెప్పండి" కాస్త కఠినంగా అంటూ దీప చేతిలో కార్డ్ లాక్కున్నాడు విసురుగా.."కూల్ సంజయ్, దీప అంతా వివరిస్తుంది నేను పది నిమిషాలు బయటకు వెళ్లి వస్తా..." అని కుర్చీలోంచి లేచాడు అవినాష్..

ఇంతలో ఆఫీస్ ముందు పోలీస్ వెహికిల్ సైరన్...సంజయ్ పై ప్రాణాలు పైనే పోయాయ్ చేతులు సన్నగా వణకడం మొదలయింది. "బై దీపూ టెన్ మినిట్స్ లో మళ్లీ వస్తా..సంజూ బాయ్ .." అని అక్కడనుంచి వెళ్లిపొయడు అవినాష్.

"లోకల్ సి.ఐ గారు తన ఫ్రెండ్.. కలవడానికి వెళ్తున్నాడు.. అవినాష్....ఇంకా చెప్పండి డియర్ సంజయ్..ఏం క్లారిఫికేషన్ కావాలి..అడగండి ఇస్తాను..నన్ను నేనే ఇచ్చుకున్నా కదా బాస్ నీకు" అని సుతారంగా పలికింది దీప, కొంటెగా కనిపించే అందమైన విలన్ ఈమె అని స్వగతంగా అనుకొంటూ కొద్దిగా

భయం దిగమింగుతూ..."దీపా శ్రీనేష్ ఏమయ్యాడు మన ఇద్దరి బెడ్ రూం వీడియోలు ఎందుకు రికార్డ్ చేసారు.. అవినాష్ సెక్స్‌కి పనికిరాడు అని ఎందుకు చెప్పావ్... మగాడుగా తన భార్యతో నా సంబంధాన్ని ఎందుకు ప్రోత్సహించాడు..." అని ఏది వదలకుండ అడిగేసాడు "ఒకే డియర్ ముందు మన సినిమా షూటింగ్‌కి ఒక పదిలక్షలు ట్రాన్స్ఫర్ చెయ్...అవి ఎక్కడా రిలీజ్ అవకుండా...రెండు శ్రీనేష్‌కి నీకు సంబంధం లేదు... ఇంకా మిగతావి చెబుతా...అమోంట్ ట్రాన్స్ఫర్ అవగానే..ఆ పని చూడు ముందు.. పది అంటే పది నిమిషాల్లో సంజూ ప్లీజ్..."

ఆ టైంలోపే దీప అకౌంట్ లోకి చెప్పిన అమోంట్ ట్రాన్స్ఫర్ అయింది.. "గ్రేట్ సంజూ నీ వైవాహిక జీవితం చల్లగా ఉండాలని కోరుకుంటున్నా..." దీప మాటలు కట్ చేస్తూ "నా మిగతా ప్రశ్నలకు సమాధానం...చెప్పు ఇంత కన్నా ఎక్కువ లాగితే నేనూ తెగిస్తా.." అని ఇంకాస్త కటువుగా అన్నాడు.

"సరే చెబుతా కానీ నీ మనసులో నాపై ఎప్పుడైనా కోపం..పగ సాదిద్దాం అనేవి లేకుంటే.. దీప నాతో ఇలా అని ఎక్కడైనా షేర్ చేసుకొంటే నీవు ఇంతవరకు మొగిలి పొద ప్రక్కనే సువాసన ఆస్వాదించావు... లోపల వున్న పాము కాటు కూడా ఎంత హాయినిస్తుందో చూద్దామని ఉంటే..నీ ఇష్టం.. నీకు చెప్పకపోయినా ఏమీ చేయలెవు కానీ నీవల్ల జరిగిన మేలు చెప్పమంటోంది..విను నేనూ శ్రీనేష్ ప్రపంచం మరచి శృంగారంలో ఉన్నపుడు కిటికీ నుండి చూస్తున్నఅవినాష్ భావ సంచలనం.. అతని మగతనంలో... తీవ్రమైన ఒత్తిడి.. నేనూ చేయగలను అని నమ్మకపు స్తంభన... అపుడు మొదలయింది మా ప్రయత్నం...దాని కొనసాగింపు కెమెరాలు.. రికార్డింగ్ అండ్ లైవ్ షో కూడా... మై డియర్ రతీరావ్.. కానీ మరుసటి రోజే శ్రీనేష్ అరెస్టవడం.. మా ఆశలు ఆవిరయ్యాయ్.. తప్పు చేస్తే నేను ప్రేమించిన నా అవినాష్ దొరుకుతాడు అంటే ఎన్నిసార్లయినా తప్పు చేయాలి అనుకొన్నా... ఆ ప్రయత్నంలోనే నువ్వు తగిలావ్.. ఇపుడతను పెర్ఫెక్ట్ మగాడు...." సంజయ్‌కి

అయోమయంగా ఉంది ఈమె కథ చెబుతోందా, ఇలా జరుగుతుందా అసలు.. రక రకాల ప్రశ్నల నడుమ "అయితే మరి నాకు నిజం చెప్పి మనం అలానే ఉంటే సరిపోయేది..నా దగ్గర డబ్బులు ఎందుకు తీసుకొన్నావ్" అని అడిగాడు. "అసలు కథ మెదలయిందే కుటుంబ పరువు దగ్గర.. నేను ఏం చేయగలనో నీకు తెలియాలి.. నీవు ఇప్పుడున్న ఆర్థిక ఇబ్బందులతో కొద్దిరోజుల కష్టకాలంలో నన్ను మర్చిపోవాలి.. ఈలోపు కొత్త పెళ్లాం కొత్త కోరికలూ.... ఏదో ఒక రోజు నీవల్ల నాకు ప్రమాదం లేదనిపిస్తే..నీడబ్బే కాదు నీవు స్థిరపడేంత ఇస్తా..... ఒకే మరి వెళ్తా..." అని చెప్పి లేచింది

అపుడే వచ్చిన అవినాష్ "..బాయ్ సంజయ్ " అంటు దీపను అపురూపంగా పొదవి పట్టుకొని వీడ్కోలు చెప్పారు.

దీప అతని భుజంపై వాలి వెళ్తోంది ఆ అందమైన జంటను చూస్తూ.......అలా ఉండి పోయాడు...సంజయ్

కథకు కారణమైన ఫోన్ అతని చేతిలో.. దాని హృదయమైన ఫ్యాన్సీ నెంబర్ ఆలోచిస్తుంది

"నాదేమయినా తప్పు ఉందా ఈతని వ్యధలో" అని

www.ingramcontent.com/pod-product-compliance
Lightning Source LLC
LaVergne TN
LVHW072100210825
819277LV00045B/792
9789357417068